बब्बड

मालिका भाग २



# सू-सू अंतराळवीर आणि फुलपाखरू

राजीव तांबे

हे पुस्तक माझं आहे.

........................................

........................................

मेहता पब्लिशिंग हाऊस

Please contact us at **Mehta Publishing House Pvt. Ltd., Pune.**
Email : production@mehtapublishinghouse.com
Website:**www.mehtapublishinghouse.com**

**SU SU ANTARALVIR ANI FULAPAKHARU** by **RAJIV TAMBE**
**सू-सू अंतराळवीर आणि फुलपाखरू** / बालसाहित्य
राजीव तांबे



संस्थापक : सुनील मेहता
प्रकाशक : मेहता पब्लिशिंग हाऊस. प्रा लि.,
१९४१, सदाशिव पेठ, माडीवाले कॉलनी, पुणे ३०.
✆ ०२०-२४४७६९२४
E-mail : author@mehtapublishinghouse.com
Website : www.mehtapublishinghouse.com

मुद्रक : श्री मुद्रा, पुणे ०२.

प्रथमावृत्ती : सप्टेंबर, २०२२

मुखपृष्ठ व आतील चित्रे : राजेश लवळेकर

किंमत : ₹१४०

P Book ISBN 9789392482885

# फुगरे गाल

आज सक्काळी सक्काळी मी साखरझोपेत होते, तेव्हाच मला वाटलं, आजचा दिवस काही वेगळाच आहे.

कुणीतरी माझ्या नाकाला गुदगुल्या करतंय असं वाटलं.

म्हणून हळूच एक डोळा उघडला, पाहिलं तर कुणीच नाही!

पुन्हा नाकाला गुदगुल्या; पाहिलं तर कुणीच नाही! हे काय? हा कुठला पांचटपणा!

लहान मुलांच्या नाकाला गुदगुल्या करून लपून बसायचं म्हणजे काय?

मी डोळे उघडे ठेवून झोपायचा प्रयत्न केला.

पण छे! ते काही जमेना. (प्रत्येक वेळी झोपताना, डोळेच का बंद करायचे, हे मला अजून नीटसं कळलेलं नाही.)

माझे डोळे सताड उघडे असताना, पुन्हा माझ्या नाकाला चुरु चुरु, गुदू गुदू गुदगुल्या झाल्या. मी उघडे डोळे आणखी मोठे करून पाहिलं, तर...

पाहिलं तर, कुठला तरी विचित्र वास, माझ्या नाकाला चुरचुरत-गुदगुदत होता!

मी डोळे बारीक केले आणि हात-पाय वेडेवाकडे करत एक जोरदार शिंक दिली ऊंऽऽऽछूंऽऽऽफऽऽटाक्!

'ऊंछूंफटाक्'च्या आवाजाबरोबर बाबा धावत आले.

माझं नकटं नाक चिमटीत धरत बाबा म्हणाले, "अग बबडे, आजपासून तू खादाड होणार आहेस, 'खादाड बब्बड!'"

मला समजलं, मी कालपर्यंत ‘पिदाड’ होते आणि आजपासून ‘खादाड’! ठीक आहे, म्हणजे मी मोठ्या माणसांसारखी होणार ‘खादाड-पिदाड’! बाबा म्हणाले, “अग, आज तुझं ‘उष्टावण’ करायचं आहे. तुला खाऊ भरवायचा आहे.

तुला गोड-गोड, मऊ-मऊ, छान-छान, मस्त-मस्त खाऊ द्यायचा आहे बरं का. अग दातांचे बारीक ठिपके, लपले आहेत तुझ्या हिरड्यांत.

आता दातांची वाट बघण्यात कशाला वेळ फुकट घालवा? चला, सुरू होऊ दे आजपासून खादडी!''

आजचा दिवस काहीतरी वेगळा आहे, हे मला जाणवू लागलं होतं. मला म्हणजे माझ्या नाकाला आणि कानाला फारच जाणवू लागलं होतं.

म्हणजे, वेगवेगळ्या प्रकारचे किमान पंधरा-वीस वास घरभर दरवळत होते. उदा. तळल्याचे, भाजल्याचे, परतल्याचे, उगाळल्याचे, कुटल्याचे, फोडणीचे, शिजल्याचे, उतू गेल्याचे असे आणखी खूप वासच वास, वासच वास! मी जरा कान दिला, तर ऐकू येऊ लागले चित्रविचित्र

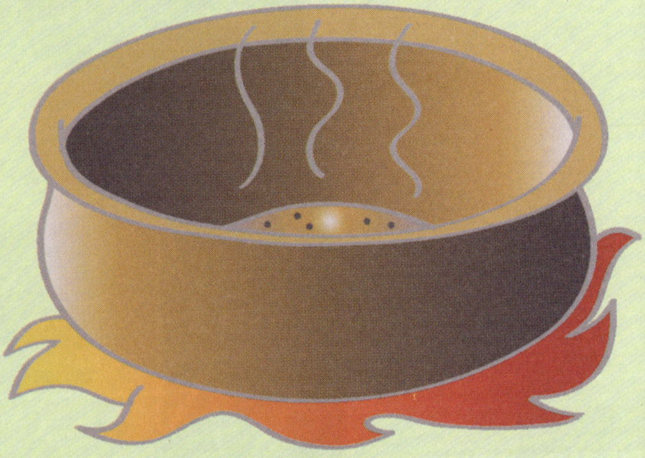

आवाज. म्हणजे कुटण्याचे, मिक्सरचे, तळल्याचे, वाटल्याचे, घुसळण्याचे, फोडणीचे आणि अधूनमधून मिटक्या मारत खाण्याचे आवाज!

हा स्वयंपाकघरातला ऑर्केस्ट्रा संपला, तेव्हा मोठ्या माणसांना माझ्याकडे लक्ष द्यायला वेळ मिळाला. गाल फुगलेली आजी माझ्याजवळ आली आणि म्हणाली, ''बॉब्बॉड खॉप खॉयचॉ बॉरं कॉ! ऑज उॅष्टॉवॉण ऑहे तॉझी!'

आजीपाठोपाठ 'गाल फुगरे आजोबा' आले. त्यांना माझ्याशी बोलण्याची फार इच्छा होती; पण त्यांचे गाल इतके टमटमीत फुगले होते की, त्यांना तोंडच उघडता येईना. तरीपण ते खाली वाकले. ते माझी पापी घेणार होते; पण त्याचवेळी मी त्यांची मिशी ओढली, धरून ठेवली.

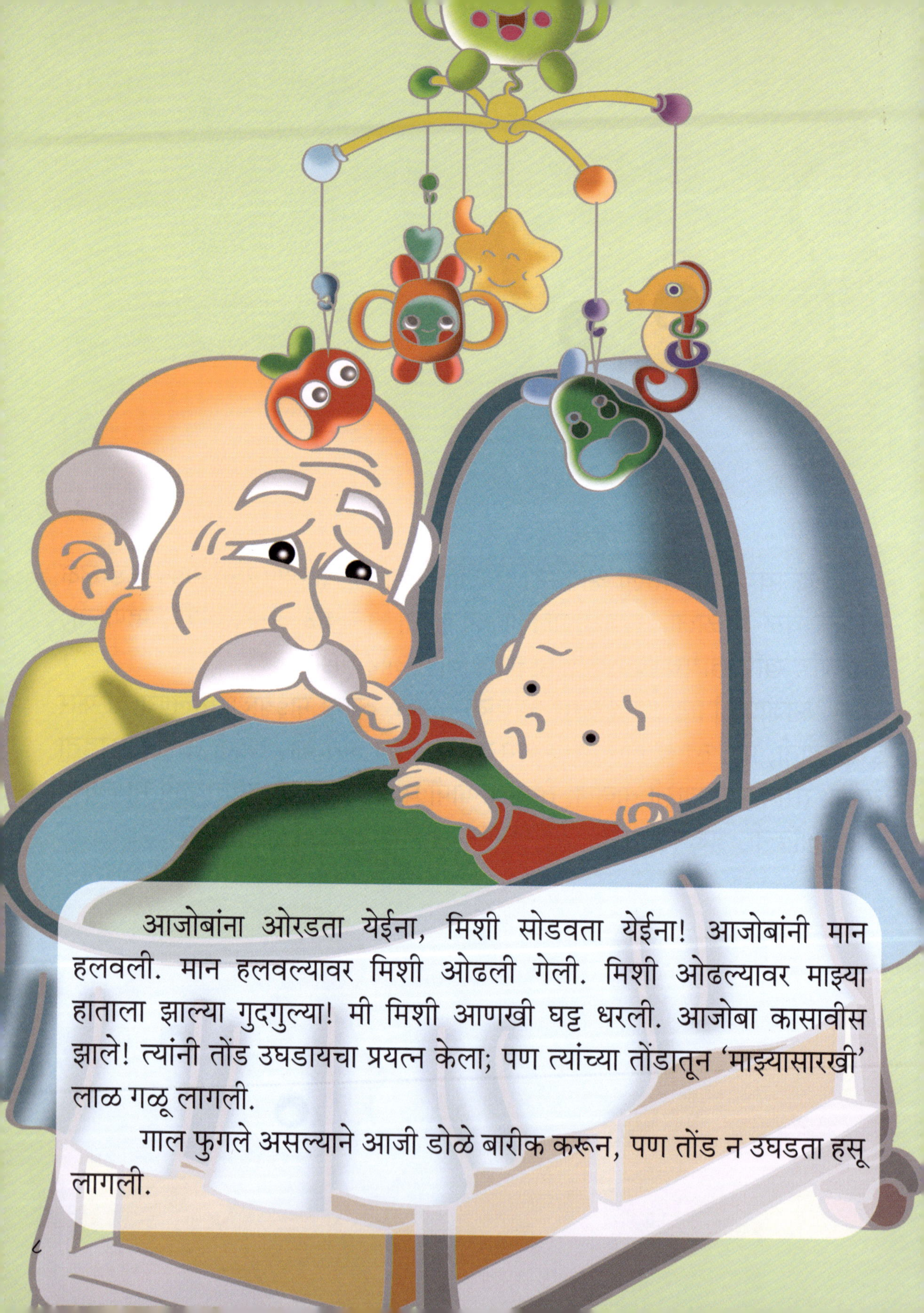

आजोबांना ओरडता येईना, मिशी सोडवता येईना! आजोबांनी मान हलवली. मान हलवल्यावर मिशी ओढली गेली. मिशी ओढल्यावर माझ्या हाताला झाल्या गुदगुल्या! मी मिशी आणखी घट्ट धरली. आजोबा कासावीस झाले! त्यांनी तोंड उघडायचा प्रयत्न केला; पण त्यांच्या तोंडातून 'माझ्यासारखी' लाळ गळू लागली.

गाल फुगले असल्याने आजी डोळे बारीक करून, पण तोंड न उघडता हसू लागली.

आजोबांनी दोन हातात लपवलेले 'पाच लाडू' आजीच्या हातात कोंबले आणि स्वतःची सुटका करून घेतली.

आजीने आजोबांना 'तीन लाडवांसकट' कोपरापासून नमस्कार केला. (त्यावेळी आजीचे गाल जरा जास्तीच गोल झाल्यासारखे वाटले!)

मिश्या पुसत आजोबा गेले आणि हातात डबा घेऊन मावशी आली.

डाव्या हातात डबा घेऊन, उजव्या हाताने, डब्यातलं काहीतरी तिने तोंडात ठासून भरलं.

मग तो उष्टा हात पातळाला पुसत ती म्हणाली, म्हणजे गुरगुरली, "आं हॉ हॉ है, फु फू फुर्र, बॅबॅबॅ बूबूबू गर्र गर्र गर्र..."

आजी तिला पण कोपरापासून नमस्कार करणार होती; पण माझी मावशी एकदम ग्रेट...

तिने तो जड डबा आजीच्या हातात दिला. मग डब्यात दोन्ही हात घालून, दोन्ही मुठी भरून घेतल्या; पण बिचाऱ्या आजीबाई डबा घेऊन खाली वाकल्या!

आता, त्या मावशीचे मावशे आले. मी त्यांना कधीच विसरणार नाही; कारण त्यांच्या डोक्यावर, माझ्याइतके पण केस नाहीत. हे पण 'गाल फुगरे' असणार असं मला वाटलं होतं. पण छे! त्यांनी आजीच्या हातातला डबा पटकन घेतला आणि ते चटकन गेले.

मला कळेना, आज माझं उष्टावण आहे, पण मी मात्र उपाशी! आणि ही मोठी माणसं, 'गाल फुगेपर्यंत' खाताहेत!

या सगळ्या गडबडीत माझी आई कुठे गेली? का तिला माहीतच नाही, मी जागी झालेय, मला भूक लागलीय आणि ही श्याणी माणसं, माझ्यासमोर गाल फुगवून चकांव - चकांव करताहेत.

मी हात-पाय ताणले आणि जोरदार आरोळी ठोकली, "वेंऽऽऽ पेंऽऽऽ रँऽऽऽ, वें ऽ ऽ ऽ पें ऽ ऽऽ रँ ऽ ऽऽऽ र!"

आई धावतच आली. माझा विश्वास बसेना, आईचे गाल पण फुगलेले!

मला कळेना, हे कसं शक्य आहे? 'मला न देता, आई स्वतःच बकाणे भरते आहे,' हे होऊच शकत नाही!

आई खाली वाकली आणि ती माझ्या डोळ्यांवर हाता-पायांवर हळुवारपणे फुंक मारू लागली!

माझे डोळे ओलावले!

आई म्हणाली, "काय झालं बब्बड ओरडायला? डोळ्यात धूळ गेली का? डास चावला का? भूक लागली का? अग बबडे बोल तरी..."

मी काय बोलणार? माझी चूक मला समजली होती. आपल्या बब्बडवर चटकन, मायेने, प्रेमाने फुंक मारता यावी, तिला मदत करता यावी म्हणून आई गाल फुगवून आली होती!

आईचे गाल, मुलांच्या प्रेमाने, मायेने, जिव्हाळ्यानेच फुगतात, इतरांसारखे बकाणे भरून नव्हे, ही गोष्ट मला समजली!

माझ्या मनातलं ओळखून आई मला जवळ घेत आणि माझे डोळे टिपत म्हणाली, "अगं बबडे, प्रेमाला प्रेम समजतं बरं का!"

# सू-सू अंतराळवीर

तशी आता मी मोठी झालेय. म्हणजे काय सांगितलं, की काय करायचं ते मला बरोबर समजतं.

"पंखा कुठाय, पंखा?" असं कुणी म्हटलं की लगेच मान मागे टाकायची हे मला समजतं.

आणि मी असं केलं की मोठी माणसं लगेच म्हणतात, "व्वा! कम्माल आहे बब्बडची."

आता, कधीतरी गडबड होते, नाही असं नाही.

परवा एक मावशी आणि मावशे आले होते.

हे मावशे मला खूप आवडतात; कारण त्यांच्या डोक्यावर माझ्याएवढेच केस आहेत. ते माझ्याकडे पाहत म्हणाले, ''चॉपलॉ कुठॉय चॉपलॉ?''

मला काही नीटसं कळलंच नाही.

मी नेहमीप्रमाणे मान मागे टाकली. तर मावशे म्हणतात कसे, ''आँ? हॅं कॉय? हिचे कॉन सॉफ करायला पाहिजेत! कॉय?''

पण मावशीबाईंनी माझी बाजू घेतली.

मावशी ठसक्यात म्हणाली, ''अहो, आधी तुमचं तोंड साफ करा! ते तोंडातलं पान, थुंकून टाका पाहू. नसत्या घाणेरड्या सवयी...''

मावशीने ठणकावताच श्री. मावशे पंख्यासारखे गरगरले!

गोल गोल फिरत, दुसऱ्या खोलीत गेले.

कालची गंमत तर एकदमच भारी!

जरी थंडीची लाट आली सौराष्ट्रात तरी माझी आई घाबरते महाराष्ट्रात!

काल सकाळी जरासा गार वारा सुटला होता. त्याबरोबर आईने कपाटातून माझे थंडीचे कपडे बाहेर काढले.

ते ढिगाराभर लोकरीचे, म्हणजे थंडीचे कपडे बघून मला घाम फुटला.

कानटोपी, आतला स्वेटर, बाहेरचा स्वेटर, हातमोजे, पायमोजे, पँट, शाल, दुपटी, मफलर असा तो सगळा पसारा होता.

मी खूप हट्ट केला. हात-पाय झाडले.

अंग टाकलं. उगीचच फुर्र फुर्र करून थुंकी उडवली. जमिनीवर लोळत, पाय झाडत मागे सरकण्याचा प्रयत्न केला.

तोंड बंद करून हूऽऽऽम् हूऽऽऽम् हूऽऽऽम् असा विचित्र आवाज काढला.

पण छे!

या सर्वाचा आईवर काहीच परिणाम झाला नाही.

माझी मेहनत फुकट गेली.

आईने शांतपणे सर्व कपडे माझ्या अंगावर चढवले!

दोन-तीन किलो लोकर आता माझ्या अंगावर असल्याने मी एक छोटं मेंढीचं गुबगुबीत पिल्लू आहे, असं मला वाटू लागलं.

आणि ...

घरातल्या कुठल्याही मोठ्या मेंढपाळाने लोकर पांघरली नव्हती याबद्दल वाईट वाटलं.

काल बाबासुद्धा घरी होते.

माझा हा 'गुबगुबीत ड्रेस' पाहून बाबा हसले.

मला कडेवर घेत म्हणाले, ''व्वा! व्वा! ही तर आमची छोटी अंतराळवीर दिसतेय.''

खरं तर बाबा मला काय म्हणाले, हे नीटसं कळलंच नाही. खूप कठीण शब्द होता तो, 'अं त रा ळ वी र.' मी हा शब्द आधी कधी ऐकला नव्हता.

'काय असेल बरं याचा अर्थ?' असा विचार करत मी बाबांकडे एकटक पाहिलं.

बहुधा बाबांना माझ्या मनातलं कळलं असावं.

त्यांनी माझ्याकडे बघून डोळे मिचकावले.

मग त्यांनी मला त्यांच्या डाव्या हातावर बसवलं.

उजव्या हाताने माझा डावा खांदा गच्च पकडला.

आईला बोलावून बाबा म्हणाले, ‘‘अग बघ बघ, ही आपली छोटी अंतराळवीर आता यानात बसलीय. आता सूं सूं सूं सूं सूं ऽऽऽ यान आकाशात जाणार... चंद्रावर जाणार... मंगळावर जाणार...’’ असं म्हणत, मला उंच करत, स्वत: गोल गोल फिरू लागले.

बाबा गोल गोल फिरताना ‘‘सूं सूं सूं सूं सूं सूं सूं सूं’’ असं जोरजोरात म्हणत होते.

मला लगेच समजलं!

‘यानात बसून सू सू करते तीच अंतराळवीर!’

उगाच चांगल्या गोष्टींना उशीर नको, म्हणून(च) बाबांच्या आग्रहाखातर मी 'सू सू' केली.

बाबा दचकलेच! गरगर फिरणारं यान एकदम थांबलं!

आणि एकदम थांबल्याने, मलाही जरासं गरगरल्यासारखं झालं!

मला लांब धरत बाबा म्हणाले, "अऽऽऽग, पाहिलास का, अंतराळवीरांचा प्रताप? कम्माल आहे!"

आई धावत धावत आली; पण...खरंतर आई येण्याच्या आधीच मी इकडे-तिकडे पाहिलं. पण छे! मला काहीसुद्धा दिसलं नाही!

तर, बाबा माझ्याकडेच पाहत म्हणाले, "अगं टोणे, अंगावर मुतायला तुला काही लाज वाटते? आता पुन्हा कपडे बदला! आणि घरभर 'सू सू फवारणी' झाली ती गोष्ट वेगळीच."

मला बोलता येत नव्हतं, म्हणून मी मनात म्हणाले, ''व्वा! इतर वेळी बाबांनी 'सू सू' म्हटलं की मी सू सू नाही केली तर बाबा मला चापट्या मारतात आणि म्हणतात, 'कधी येणार ग अक्कल हिला?'

आणि आत्ता, बाबांनीच सूसू सूसू म्हटल्यावर 'सूसू' केली तर बाबाच म्हणतात 'हिला लाज वाटते का?'

आता सांगा, या मोठ्या माणसांना काय बोलावं?
मी जरा रागावलेच होते.

बाबांनी हाका मारल्या, “बब्बड, बब्बड ग.”
पण मी बाबांकडे न पाहता घशातल्या घशात गुर गुर गुर असा आवाज करत होते.

बाबा मला पटकन जवळ घेत म्हणाले,
"बब्बड, गारठली वाटतं?"

त्यांनी माझे ओले कपडे बदलले (पण स्वत:चे नाही बदलले)

माझ्या पाठीवरची लोकर थोपटत बाबा म्हणाले, "अग, या मेंढरूला काही समजत असेल का ग? हे मेंढरू बोलत पण नाही!"

आई डोळे मोठे करत, जरा रागातच म्हणाली, "काय हे बोलणं? माझ्या लेकीला असं बोललेलं मला नाही चालणार हं!

अहो ती खाणाखुणा करून, आरडाओरडा करून, तर कधी ढुशा मारून, ती माझ्याशी बोलते! चांगलं समजतं तिला!

तिला जरा जवळ घ्या, तिला लाडकवा!

तुम्हालाही समजेल मग तिची भाषा; प्रेमाची, स्पर्शाची उबदार भाषा!''

बाबांनी मला चांगलंच घुसळलं.

माझ्या केसांतून हात फिरवत मला हातावर बसवत म्हणाले, ''काय ग बबडू, बबडे ...!'' मी त्याचवेळी तोंड फिरवलं. बाबांचा खरबरीत गाल प्रेमाने चाटला!

आणि बाबा आनंदाने ओरडले, ''समजली, समजली, भाषा समजली! बब्बडला साऽऽऽरं समजतं, याची पावती मिळाली!''

# फुलपाखरू

संध्याकाळ झाली. आईने मला नटवलं. म्हणजे मला पावडर लावली. तिटी लावली. डोक्यावर तेल थापलं. माझे चकोटी केस विंचरले. मग माझा 'सूसू'चा कार्यक्रम झाला आणि मगच आईने मला नवीन दुपट्यात गुंडाळलं, अगदी सैल सैल.

मग मला पाळण्यात ठेवून, आईने स्वत:ची तयारी केली. माझ्या आवडीची निळ्या रंगाची फुलाफुलांची साडी नेसली. ही साडी खूप मऊ मऊ आहे. आईच्या खांद्यावर मान टाकली तर, बागेत झोपल्यासारखं वाटतं!

आमची तयारी होईपर्यंत बाबासुद्धा आले.

बाबा म्हणाले, "चला, चला, आज आपल्याला शॉपिंगला जायचं आहे. बब्बडसाठी स्पेशल शॉपिंग!"

बाबांची ही भाषा मला समजत नाही. मला समजेल असं, हे का बोलत नाहीत बरं? अंघोळीला जायचं, दूध प्यायला जायचं, झोपायला जायचं हे मला समजतं. पण, 'शॉपिंगला जायचं' म्हणजे काय?

माझ्या मनातलं ओळखून आई म्हणाली, "अहो, बब्बडला नीट सांगा कुठं जायचं आहे ते. तिचा चेहरा बघा, कसा गोंधळलाय तो."

माझ्याकडे बघत बाबा म्हणाले, "अग बबडे, शॉपिंग म्हणजे, तुझ्यासाठी गंमतजंमत घ्यायची आहे. एकदम 'हाय फाय शॉपिंग!' "

हां! मला समजलं. 'हात-पाय शॉपिंग'! म्हणजे हाताच्या-पायाच्या वस्तू घ्यायच्या आणि गमतीजमती करायच्या! मी सैल दुपट्यात 'हात-पाय हलविंग' केलं! आणि...

बाबा खूश झाले! माझे 'हात-पाय चेपिंग' करत म्हणाले, "अग, बबडेला समजलं बरं 'हाय-फाय शॉपिंग'!

कुंकू लावत आई म्हणाली, "आहेच माझी बब्बड हुशार!"

आम्ही निघालो.

निघताना घरात अंधार होता आणि रस्त्यावर झगमगाट. चकचकाट. लुकलुकणारे दिवे. रंगीबेरंगी दिवे. लहान दिवे. मोठे दिवे. वेगवेगळ्या आकारांचे दिवे आणि गंमत म्हणजे...

मोटारी, रिक्षा, स्कूटर तर आपल्या पुढे-पाठी दिवे अडकवून फिरत होत्या!

मी भांबावून गेले! गोंधळले! इकडे बघावं? की तिकडे बघावं?

मी मनात म्हटलं, 'माझ्या या आडव्या आयुष्यात (अजून मला मोठ्या माणसांसारखं हात सोडून उभं राहता येत नाही) मी प्रथमच संध्याकाळी बाहेर पडले होते ना, म्हणून जरा गडबड!'

इतक्यात बाबांनी, चटकन माझे दोन्ही कान बंद केले!

मला कळेना, 'हे काय? की हेच ते 'हाय-कान शॉपिंग!'

त्याचवेळी आमच्या बाजूने एक मोठी मोटार 'भों भों भों' करत निघून गेली आणि बाबांनी हुश्श केलं.

आम्ही एका चकमक-झगमग दुकानात गेलो. त्या दुकानात खूप रंगीबेरंगी कपडे टांगून ठेवले होते. मोठे मोठे आरसे होते. भरपूर दिवे होते आणि गंमत म्हणजे...

सगळे पंखे बंद होते, तरी गार गार हवा होती!

मला थोड्याच वेळात थंडी वाजू लागली. मी आईला घट्ट बिलगले.

बाबा म्हणाले, "हं. या बब्बडसाठी छान मऊसुत फ्रॉक दाखवा."

आँ? मला कळेना, एवढे फ्रॉक टांगून ठेवलेत तरी बाबा का म्हणाले, 'फ्रॉक दाखवा?' मला वाटलं, बाबांनी बहुधा उन्हाचा काळा चष्मा घातला असणार. मी बाबांकडे नीट पाहणार तोच...

बाबांनी मला आईकडून घेतलं आणि टेबलामागच्या माणसाकडे दिलं. त्याने मला टेबलावर आडवं ठेवलं. त्याने माझ्या पोटाला पट्टी गुंडाळली आणि माझे हात-पाय चेपले!

मला समजलं 'हात-पाय शॉपिंग' सुरू झालंय.

मी लाथा झाडून दुपटं सैल केलं. आळोखेपिळोखे देऊन हात मोकळे केले. याऽऽफूर्र करत थुंकी उडवली.

तो टेबलामागचा टकलू माणूस म्हणाला, "व्वा, पोरगं एकदम चंट आहे! या चळवळ्या मुलाचं नाव काय?"

बाबा मला एक चापटी मारत म्हणाले, "अहो, ही बब्बड आहे बब्बड! मस्तीखोर आहे, चंट आहे, चळवळी आहे..."

बाबांना मध्येच थांबवत आई म्हणाली, "आणि समजूतदारपण आहे बरं. आपण बोललेलं सारं समजतं तिला."

मग ते तिघेही जण माझ्याकडे बघून गोड हसले, जशी लहान मुलं हसतात तसे!

त्या टकलू माणसाच्या मदतीला एक बाई आली. (पण ती टकलू नव्हती.)

ही बाई खूप चांगली होती. या बाईने दुकानात कुठे कुठे लपवून ठेवलेले फ्रॉक शोधून काढले. आमच्या समोर ठेवले.

हे फ्रॉक वेगवेगळ्या रंगांचे, वेगवेगळ्या पद्धतीचे, वेगवेगळ्या रंगांवर वेगवेगळ्या चित्रांचे, वेगवेगळ्या कापडांचे, वेगवेगळ्या आकारांचे होते.

आता आई-बाबांनी फ्रॉक निवडायला सुरुवात केली. हा रंग, तो रंग, हे चित्र, ते चित्र, ही स्टाईल, ती स्टाईल, हे कापड ते कापड, याचा मऊपणा, त्याचा मऊपणा, याची किंमत, त्याची किंमत, हा महाग की तो महाग वगैरे.

मला त्यातला, गुलाबी रंगाचा एक फ्रॉक खूपच आवडला होता. त्या फ्रॉकवर फुलपाखराचं सुंदर चित्र होतं.

ती बाई, माझ्याकडे पाहत आईला म्हणाली, "या गुलाबाच्या फुलासाठी, हा फुलपाखराचा फ्रॉक घ्या."

"अय्या! हा फ्रॉक बब्बडला छानच दिसेल!" असं म्हणत आईने चटकन माझं दुपटं सोडलं आणि पटकन मला फ्रॉक घातला.

बाबांनी मला उचललं आणि आरशासमोर नेलं.

दुपट्यापेक्षा फ्रॉकमध्ये मी किती वेगळी दिसत होते!

एकदम स्मार्ट, मस्तीखोर आणि चंट!

मी आनंदाने हात-पाय झाडले.

बाबा मला कसंबसं सावरत म्हणाले, "अरे बापरे! हिला वाटतंय आपल्याला पंख फुटले की काय? या फुलपाखराला नीट धरलं पाहिजे."

मला आनंदाने ओरडावंसं वाटत होतं आणि तोच चमत्कार झाला...

मी ओरडणार होते, तोच तोंडातून शब्द फुटले, "आऽऽऽईऽऽऽ"

माझं मलाच आश्चर्य वाटलं! मलाही क्षणभर कळेना, हे कसं काय झालं? आईने बाबांकडून मला हिसकावूनच घेतलं, माझे पटापट मुके घेतले, मला आंजारलं-गोंजारलं, छातीशी घट्ट धरलं.

मग बाबांनी मला जवळ घेतलं, माझं नकटं नाक ओढलं, मला थोपटलं आणि...

आणि मी पाहते तर काय, आई-बाबांचे डोळे पाण्याने डबडबले होते. बाबांच्या तोंडातून तर शब्दच फुटत नव्हता. त्यांचे ओठ फक्त थरथरत होते. डोळ्यातलं पाणी आता गालावर येणार होतं.

मी बाबांकडे पाहत आनंदाने ओरडले, ''आऽऽईऽऽ''
आणि बाबांच्या डोळ्यांतल्या पाण्याने माझे गाल भिजले!
बाबा हसत म्हणाले, ''आज बब्बडला शब्दांचे पंख फुटले!''
आई म्हणाली, ''बबडीने मला 'आई' म्हणताच, मलाच पंख फुटले!''
आम्ही सर्व फुलपाखरं एकमेकांकडे उडत उडत पाहू लागलो.

# कोण पास ? कोण नापास ?

नेहमी मोठी माणसं लहान मुलांची परीक्षा का घेतात, हे अजून मला समजलेलं नाही. नेहमी म्हणजे रोज रोज! आणि रोज म्हणजे दिवसातून दहा वेळा! पण...

पण मी तुम्हाला एक गंमत सांगते, खूप वेळा 'हे परीक्षा घेणारेच' नापास होतात आणि मुले फुल पास!

काऽय? विश्वास बसत नाही? अहो, तुमचा विश्वास बसण्यासाठी, मी हज्जार गोष्टी सांगू शकेन... पण कालचीच गंमत पाहा. (पाहा म्हणजे वाचा.)

'बब्बड, पंखा कुठाय?' असं कुणी विचारलं तर वरती पाहायचं, असं मला बाबांनी शिकवलं होतं. मी त्याप्रमाणे सगळ्यांना शिकवत असे.

काल बाबांचे दोन मित्र आले. एक होते मिशीवाले आणि दुसरे होते, दाढी-मिशीवाले. मिशीवाले माझ्याशी बोलायचे आणि दाढी-मिशीवाले तोंड न उघडता खू-खू हसायचे.

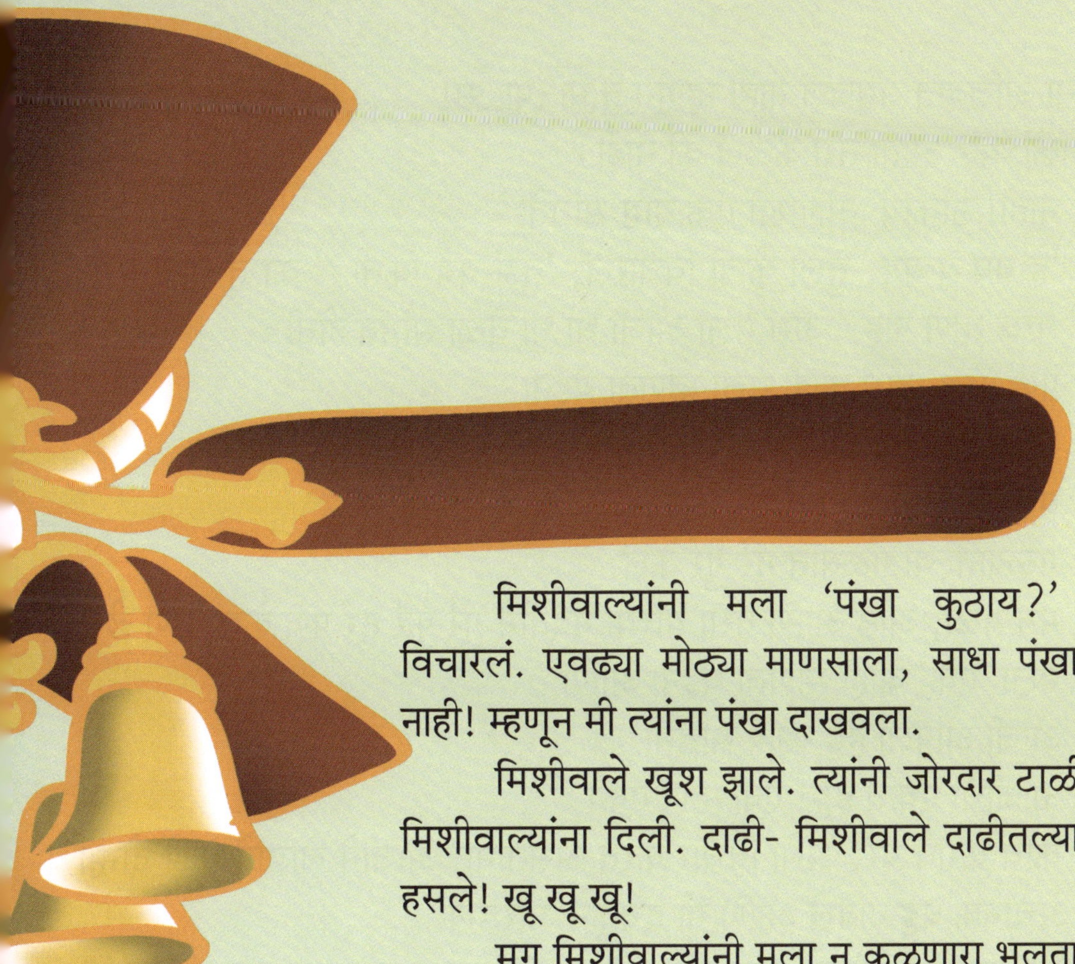

मिशीवाल्यांनी मला 'पंखा कुठाय?' म्हणून विचारलं. एवढ्या मोठ्या माणसाला, साधा पंखा माहीत नाही! म्हणून मी त्यांना पंखा दाखवला.

मिशीवाले खूश झाले. त्यांनी जोरदार टाळी दाढी-मिशीवाल्यांना दिली. दाढी- मिशीवाले दाढीतल्या दाढीत हसले! खू खू खू!

मग मिशीवाल्यांनी मला न कळणारा भलताच प्रश्न विचारला. ते म्हणाले, "बब्बड, टेबल फॅन कुठाय?"

मला काही कळलंच नाही. मी इकडे-तिकडे बघितलं. आणि काय गंमत...! मिशीवाले फारच खूश झाले. 'व्वा! कमाल आहे!' असं म्हणत त्यांनी दाढी-मिशीवाल्यांच्या पाठीत एक धपाटा घातला.

आणि अचानक पाठीत धपाटा बसताच, दाढी-मिशिवाल्यांच्या दाढी-तोंडातून 'लाल फवारा' उडाला!

आता सांगा, कोण पास? कोण नापास?

नाही ना, सांगता येत?

अहो, मला प्रश्नच समजला नाही, तरी मिशीवाले म्हणतात, "व्वा व्वा! कमाल आहे!"

म्हणजे 'मला प्रश्नच समजला नाही,' हे मला समजलं, म्हणून मी पास! आणि

हे त्यांना अजिबात समजलं नाही म्हणून ते ना..पा..स!

काऽय? आता तरी कळलं की नाही?

नाही! ठीकाय. आणखी एक गोष्ट सांगते.

'हे बघ बब्बड, तुला कुणी विचारलं, 'तुझं वय किती?' की तू म्हणायचं, 'एक.' 'एक म्हण पाहू,' असं मला आजी धा धा वेळा सांगत होती.

पण 'एक' असं काही मला म्हणता येईना.

मी ओठातल्या ओठात फुर्र फुर्र केलं.

घशातल्या घशात घुर्र घुर्र केलं.

गळ्यातल्या गळ्यात गुर्र गुर्र केलं.

मग गळा, ओठ आणि घसा यांच्या मदतीने गुर्र फुर्र टुर्र पण केलं; पण छे!

मला 'एक' काही म्हणता येईना आणि...

आजी आपला हट्ट काही सोडेना.

आजीचा एकच हट्ट! एक म्हण एक!

काय करावं बरं, असा विचार करत असताना, आजीने लाडाने माझे दोन्ही गाल, अचानक घट्ट दाबले आणि मी दचकून ओरडले.

तर आजी आनंदाने म्हणाली, ''व्वा! शाबास बबडे! आता कसं आलं? लब्बाड मुलगी!!''

आजी खूप खूश झाली. तुरुतुरु धावत आजोबांना सांगायला गेली.

माझा पुन्हा गोंधळ झाला. शाबास काय? आणि लबाड काय?

'मोठ्या माणसांच्या लहान गोष्टी, फार मनावर घेऊ नयेत,' हे मला लहानपणीच कळल्यामुळे मला टेन्शन आलं नाही.

लुटूलुटू धावत आजोबा आले.

आजीने ठसक्यात विचारलं, ''बब्बड, तुझं वय किती?''

मी 'गुर्र फुर्र टुर्र' आणि 'टुर्र फुर्र गुर्र' केलं.

आता, आजी माझा गालगुच्चा घेणारच होती, पण तिला थांबवत आजोबा म्हणाले, ''व्वा व्वा! बरोबर सांगितलं हं! कमाल आहे!''

मग आजोबा मिशीतल्या मिशीत हसत, आजीकडे बघत म्हणाले, ''हो! बब्बड हुशार असणारच. ही नात कुणाची? हुशार आजीची!''

आजी गोड हसली!

मला वाटलं, आता माझी सुटका झाली! पण छे!

हुशार आजी आता आपल्या हुशार मुलाची वाट पाहत थांबली!

दुपार झाली. माझं जेवण झालं (म्हणजे दूध पिऊन झालं). आई मला थोपटू लागली. गाणं म्हणू लागली. पोटोबा भरल्याने आणि आईच्या थोपटण्याने माझे डोळे जड होऊ लागले.

तरीसुद्धा मी आईला 'गुर्र फुर्र टुर्र आणि टुर्र फुर्र गुर्र' करून दाखवलं!

मला वाटलं, आता आईला समजेल, 'की माझं वय एक आहे! मग आई मला शाबासकी देईल.'

पण छे! छे छे! आईला काहीसुद्धा समजलं नाही. तिने गाणं म्हणताना जरा आवाज वाढवला.

आणि मी काय समजायचं ते समजले. लगेच गारेगार झोपी गेले.

संध्याकाळ झाली. आजीचा हुशार मुलगा आला (म्हणजे, माझे बाबा आले.) आजी वाटच पाहत होती.

'अरे थांब थांब. जरा बब्बडला विचार पाहू, तुझं वय किती? ती बरोबर सांगते "एक!" हो किनई हो?" आजी आजोबांकडे बघत, माझ्या बाबांना म्हणाली.

आजोबांनी मिशीत हसत मान डोलवली.

बाबा डोळे मोठे करत म्हणाले, "अग, पण ती अजून एक वर्षाची पण झाली नाहीए!"

आजी ठणकावून म्हणाली, "पण मी तिला अगोदरच शिकवलंय बरं!"

आता सगळे माझ्या भोवती गोल जमले.

आजोबा हळूच खाली वाकले. इतके खाली वाकले की त्यांच्या टोकेरी मिश्या माझ्या नाकात गेल्या... मला हुळहुळलं-गुळगुळलं... आणि... आणि...

मला जोरात शिंक आली, 'एऽऽऽकऽऽशीऽऽऽ, फुऽऽर्रऽऽ'

आजी, आजोबा आणि बाबांनी टाळ्या वाजवल्या!

आजीने कौतुकाने माझ्याकडे पाहिलं.

पण त्याचवेळी...

आईने मला उचलून घेतलं. माझ्या पाठीवरून हात फिरवला. पदराने माझं नाक पुसलं. नाकातोंडात काही गेलं तर नाही ना, हे पाहिलं. आणि मग समाधानाने,

मायेने माझ्या डोक्यावरून, पाठीवरून हात फिरवला! कित्ती कित्ती बरं वाटलं म्हणून सांगू?

माझी परीक्षा घेणाऱ्या आणि नंतर माझं आणि स्वत:चं कौतुक करणाऱ्या माणसांपेक्षा, मला समजून घेणारी माझी आई मला जास्ती आवडते. (हे काही मी तुम्हाला वेगळं सांगायची गरज आहे का?)

कौतुकाला मायेचा उबदारपणा असेल तरच परीक्षा घेणारे पास, नाहीतर... (ओळखा पाहू?)

# छोटी गोड

कालची सकाळ, मी विसरूच शकत नाही! कारण एकाच वेळी मी खूप घाबरले आणि मला खूप खूप आनंद पण झाला!

आता तुम्ही मनात म्हणाल, हे काय विचित्र? असं कसं होईल?

असं कधी होतं का?

थांबा, थांबा. आधी काल काय झालं, ते ऐका.

आता झोपून उठताना मी काही लगेच डोळे उघडत नाही.

आधी हात-पाय हलवते, आळोखेपिळोखे देते, जांभया देते, या कुशीवरून त्या कुशीवर वळते, हात-पाय ताणते, लाथा झाडते, मग फुर्र करून थुंकी उडवत अगदी सावकाश डोळे उघडते.

डोळे उघडल्यावर पहिल्यांदा आईला शोधते. म्हणजे, कानांनी, डोळ्यांनी आणि नाकाने आईला शोधते! (असा 'किल्ली हरवल्यासारखा' चेहरा का करताय तुम्ही?) अहो, शोधते म्हणजे, आईचा आवाज ऐकू येतोय का, आई कुठे दिसते का, आईच्या साडीचा, डोक्यावरच्या तेलाचा, आईचा वास कुठे येतोय का, हे मी डोळे उघडून पाहते.

हां, तर तो कालचा प्रसंग.

पहाटेची वेळ. मी दूध-साखर झोपेत होते. अजून उठायला म्हणजे डोळे उघडायला खूप वेळ होता. मी जोरात हात-पाय ताणले, तर माझ्या हाताला एक छोटीशी वस्तू लागली. मी झोपेतच त्या वस्तूवरून हात फिरवला, तर माझ्या हाताला केस लागले. मी केवढ्यांदा दचकले! मी झटकन डोळे उघडले आणि गपकन बंद केले!

माझ्या बाजूला, लहान मुलीचं फक्त डोकंच होतं! अग बाई ग! काय हे भयानक?

मी पांघरुणातल्या पांघरुणात दोन-तीन लाथा झाडल्या. भीतीमुळे तोंडातून शब्दच फुटेना. मी हाताच्या मुठी गच्च आवळल्या. एक पाय हलवून कुशीवर वळण्याचा प्रयत्न केला; पण काही जमेना. काय करावं? कळेना.

लाथा झाडून पांघरूण उडवलं. जोर करून थोडी पुढे सरकले. मग सावकाश बाजूला वळून पाहिलं तर काय?

एक छोटीशी गोड मुलगी माझ्या बाजूला झोपली होती. अहो 'छोटीशी' म्हणजे, माझ्यापेक्षा खूप खूप छोटी! आणि गोड म्हणजे, लहान बाळासारखी गोड!

डॉक्टरांच्या दवाखान्यात 'छोट्या छोट्या - गोड गोड' मुलांचे मी खूप फोटो पाहिले होते. अगदी तशीच होती ती, 'छोटी गोड!'

छोटी गोड, डोळे बंद करून झोपली होती. तिने गुलाबी रंगाचा, छान छान फ्रॉक घातला होता. त्या फ्रॉकवर छोटी छोटी रंगीत फुलं होती. केस गच्च बांधले होते

आणि ही ‘छोटी गोड’ झोपताना बूट घालून झोपली होती!

आता माझी भीती पळाली. मला ती छोटी आवडली. मी तिला हळूच हात लावला. तिला जरासं हलवलं; पण छोटी गोड, गाढ झोपली होती.

आईला हाक मारण्यासाठी मी जोरात ओरडले, आऽऽउऽऽइऽऽ पण आई आलीच नाही.

दारामागे लपलेले बाबाच आले.

बाबांच्या पाठोपाठ आई आली.

"अग, बब्बडला बाहुली आवडलीय! मी दारामागे उभा राहून हळूच पाहत होतो. चांगली खेळत होती तिच्याशी. हंऽऽ तुला वाटलं होतं, बब्बड घाबरेल; पण छे! बब्बड मस्त धीट आहे, तिच्या बाबांसारखी!" बाबांनी असं म्हणताच आई म्हणाली,

''मग बसा बाप-लेक बाहुलीशी खेळत. मी जाते कामाला.''

आईने मला उचललं. कडेवर घेतलं. बाबांनी छोटी गोडला उचललं.

मी ओरडून सांगणार होते, ''अहो, तिला उचलू नका. ती झोपलीय.''

पण छोटी गोड मात्र समजूतदार! बाबांनी उचलल्यावर ती रडली नाही, की चिडली नाही. ओरडली नाही की किंचाळली नाही! छोटी गोडने टुपकन डोळे उघडले आणि माझ्याकडे टुकूटुकू पाहू लागली!

माझ्याकडे पाहत हसून म्हणाली, ''बबडे, बबडे, ये ना इकडे!'' मला खूप आनंद झाला!

मी आईच्या कुशीत होते, तरीसुद्धा मी बाबांच्या अंगावर उडी मारली!

मी अचानक उडी मारल्याने आई दचकली आणि मला सांभाळायला बाबा जवळ आले.

बाबांनी मला धरलं आणि मी छोटी गोडला जवळ ओढलं.

बाबा म्हणाले, ''कमाल आहे बब्बडची. उडी मारताना जरासुद्धा विचार करत नाही.''

आई हळूच हसून म्हणाली, ''बाबांसारखी धीट आहे म्हणून...''

बाबा खळखळून हसले आणि मला चापटी मारत म्हणाले, ''काय ग धिटुकले, आवडली का चिंकू? सांग ना...''

मला बोलता येत नव्हतं म्हणून

मी चिंकूला आणखी जवळ ओढलं आणि आई-बाबा दोघंही हसले!

"अग बब्बड, दूदू पिऊन घे. मग आपण गप्पा मारू." चिंकू असं म्हणाली, पण अगदी हळू आवाजात. फक्त मलाच ऐकू आलं तिचं बोलणं.

मी एका हातात चिंकूला घेऊन, आईकडे उडी मारली. (तेव्हा माझे 'धीट बाबा' सुद्धा घाबरले.)

आईने मला अलगद धरलं. मला आणि चिंकूला थोपटलं.

आई आम्हा दोघींकडे बघत म्हणाली, "चला, आता भराभर आवरून घ्या. दूध प्या आणि मग बसा खेळत."

चिंकूने चकित होऊन माझ्याकडे पाहिलं! चिंकू माझ्या कानात म्हणाली, "खरंच, मी भाग्यवान! माझ्या मनातलं ओळखणारी आई मला मिळाली! आम्हाला थोपटत आई म्हणाली, "आजपासून या 'माझ्या' दोन मुली!"

बाबा म्हणाले, "अजिबात नाही!" चिंकू दचकली! घाबरली! तिने माझा हात घट्ट धरला. बाबा हसून म्हणाले, "तुझ्या नव्हे ग, या 'आपल्या दोन मुली!"

# जेवायचं दुकान

आता एक बरं झालंय, माझ्या मदतीला चिंकू असते. परवा संध्याकाळी आई अचानक म्हणाली, "आज किनई बाहेरच जेवायला जाऊ." बाबा शीळ वाजवत म्हणाले "हो हो हो."

पण आम्हा दोघींना कोणी विचारलंच नाही; पण तरी आम्ही काही रागावलो नाही.

बाबा सारखे "शूऽऽऽ कूऽऽऽ शूऽऽऽ कूऽऽऽ अशी शीळ वाजवत होते. आई हसत बाबांना म्हणाली, "आज सारखे शीळ वाजवत आहात! आज स्वारी खूष दिसतेय?"

बाबा खुसू खुसू हसत म्हणाले, "आज बाहेर जेवायला जाणार, जरा चवीने खाणार, चापूनचोपून खाणार, चवदार खाणार, तर मग कोण खूष नाही होणार?"

आईने फणकारून फक्त 'हूं' म्हटलं आणि नाकाचा शेंडा उडवला.

गंमत म्हणजे, बाबा समजुतीच्या स्वरात मला म्हणाले, "अगं बब्बड, रागावू नकोस. मी तुला पण नेणार बरं बाहेर जेवायला.

अगऽऽऽ पण तुझ्या आईच्या हातचं जेवण इतकं छान असतं ना, की बाहेरचं जेवण तुला आवडणारच नाही.''

मला हे काय चाललयं तेच कळेना. घरात का जेवायचं नाही? बाहेर का जेवायचं, हे मला कळेना. बाहेर म्हणजे कुठे जेवायचं? की घराच्या बाहेर बसून जेवायचं? की घराच्या बाहेर जेवण करायचं आणि तिथेच बसून जेवायचं? इतक्यात चिंकू मदतीला आली.

चिंकू म्हणाली, ''अग बब्बड, बाहेर जेवायला जायचं म्हणजे रस्त्यावरच्या दुकानात जेवायला जायचं!''

''आँ! तुला कसं ग माहीत?'' असं मी म्हणताच, ती पटकन म्हणाली, ''अग, मी ज्या दुकानात राहायला होते ना, त्याच्या समोरच एक जेवायचं दुकान होतं. रोज खूप माणसं तिथे जेवायला यायची. त्या दुकानाला काहीतरी नाव होतं. आता आठवत नाही बघ.''

''अय्या! दुकानाला पण नावं असतात? कमालच आहे!'' मी आश्चर्यचकित होऊन विचारलं. ''अग, जिथे जिथे माणसं जातात तिथे तिथे त्याला माणसं नावं ठेवतात. म्हणून दुकानांना माणसांसारखी नावं असतात.'' असं चिंकूने सांगताच मला गंमत वाटली.

शिळशिळत बाबा म्हणाले, ''शूऽऽकूऽऽ बब्बड, चिंकू, तयारी करा.''

माझा पुन्हा गोंधळ झाला. ''बाहेर जेवायची तयारी करायची म्हणजे नक्की काय करायचं?'' मी आऽऽऽ करून पडून राहिले.

नवीन झुळझुळीत साडी नेसून आई आली आणि चिमटीने माझं तोंड बंद करत म्हणाली, ''चल बबडे, तयारी करू या.''

माझा पुन्हा गोंधळ. ''तोंड बंद करून जेवणार कसं?''

आईने माझे कपडे बदलले. चिंकूचे केस विंचरले.

मला कडेवर घेतलं. चिंकूला पिशवीत ठेवलं.

मला पावडर लावली. चिंकूची मान पिशवीबाहेर ठेवली.

आम्ही चौघे निघालो (बाबांचं शिळशिळणं सुरूच होतं.)

आम्ही जात असताना येणारी-जाणारी माणसं पिशवीतल्या चिंकूकडे टकामका पाहत होती.

आम्ही जेवायच्या दुकानात गेलो तर मला धक्काच बसला. सगळीकडे मोठी माणसं खुर्चीवर बसलेली होती! जमिनीवर बसून कुणीच जेवत नव्हतं. लहान मुलांसाठी कुठेच जागा नव्हती. लहान मुलांनी लोळत दूध पिण्यासाठी गाद्यासुद्धा नव्हत्या. रांगणाऱ्या मुलांसाठी खेळायला खेळणीसुद्धा नव्हती. छोट्या छोट्या खुर्च्या पण नव्हत्या.

शीऽऽ! मला नाही आवडलं हे मोठ्यांचं जेवणाचं मोठं दुकान!

आई-बाबा वेगवेगळ्या खुर्चीत बसले. मी आणि चिंकू एकाच खुर्चीत बसलो. मग एका माणसाने आई-बाबांना एक पुस्तक वाचायला दिलं. आई-बाबांनी पुस्तक वाचून काय जेवायचं ते ठरवलं!

मी खुर्चीवर उभी राहून टेबलावरच्या पाण्याच्या ग्लासात बोटं बुडवणार होते; पण बाबांना याचा सुगावा लागला. त्यांनी हात लांब करून मला पकडलं. उचललं. मांडीवर घेतलं.

आता बिचारी चिंकू, एकटीच खुर्चीत!

मी चुळबूळ करायला, हात-पाय झाडायला, अंग टाकायला सुरुवात केली.

इतक्यात तो मघाशी आलेला पुस्तकवाला माणूस आला. त्यानं टेबलावर ताटं ठेवली आणि जेवण आणलं.

आता माझी रवानगी बाबांकडून आईकडे झाली.

''त्या चिंकूला पण द्या इकडे, त्याशिवाय ही जेवायची नाही,'' असं आईने म्हणताच बाबांनी चिंकूला माझ्याजवळ दिलं.

आणि बाबा हसत म्हणाले, ''ही नाही जेवली तर आपण कसे जेवणार?''

त्या पुस्तकवाल्याने एक उंच ग्लास भरून थंडगार सरबत आणलं. आईने दोन-तीन चमचे सरबत मला दिलं. गोड गोड पांचट सरबत! मग आईने एक काडी घेतली. ग्लासात घातली. काडी तोंडात धरली आणि काय गंमत... ग्लासातलं सरबत आपोआप कमी होऊ लागलं. मी डोळे मोठ्ठे करून पाहिलं; पण तरीही ते सरबत कुठे गेलं ते कळलं नाही.

चिंकू म्हणाली, ''अग, लहान मुलं जसं बाटलीनं दूध पितात तसं, मोठी माणसं काडीनं पितात!'' बाबांनी एक घास खाल्ला आणि म्हणाले, ''हंऽऽऽ पण घरच्यासारखी चव नाही!'' आई हसून म्हणाली, ''करा सुरवात चटकदार, चवदार, चापूनचोपून जेवायला.'' बाबा पटकन उठले! त्यांनी माझा पापा घेतला आणि म्हणाले, ''झाली की सुरुवात!!'' आई पुन्हा हसून म्हणाली, ''असं एकट्यानं जेवणं बरं नव्हे.'' बाबा खळखळून हसले. आईच्या बाजूच्या खुर्चीवर बसले. आता बाबांच्या मांडीवर मी आणि आईच्या मांडीवर चिंकू. या जेवायच्या दुकानात आता मला अगदी घरच्यासारखं वाटू लागलं. बाबांनी-आईने मला एक एक घास भरवला.

खरं सांगते, त्या प्रत्येक घासाला आई-बाबांच्या हाताची चव होती! त्या घासांना प्रेमाची, मायेची गोडी होती!

चिंकू म्हणाली, ''जेवायच्या दुकानात पैसे दिले की जेवण मिळतं; पण खूप पैसे दिले तरी त्या जेवणाला 'घरची चव' येत नाही.'' मला चिंकूचं बोलणं नीटसं कळलं नाही; पण 'घरची चव' मात्र कळली हं!

# पहिला वाढदिवस

तशी मी बोलायला लागले नव्हते. बहुधा त्याच्या आधीच, माझा पहिला वाढदिवस साजरा केला.

माझा खरा वाढदिवस मंगळवारी होता; पण बाबा आईला म्हणाले, ''मंगळवारच कशाला हवा? एक सुटी फुकट जाते! त्यापेक्षा हिचा वाढदिवस आपण रविवारीच करू. दिवसभर मजा करू. धूमधडाक्यात साजरा करू. सगळ्या मित्रमंडळींना पण बोलावू, काऽऽय?''

आईने एकवार माझ्याकडे पाहिलं आणि म्हणाली, ''बरं, तुम्ही म्हणाल तसं.''

रविवारी आमच्याकडे थाटमाट होता. पाहुण्यांची खूप गर्दी होती.

मी कधीच न पाहिलेले काका-काकू, मावश्या-मावशे, आत्या-आतोबे, नाना-नानी, दादा-ताई आमच्याकडे जमले होते.

आई सगळ्यांना खाणं-पिणं देत होती. बाबा हवं-नको पाहत होते. आई-बाबा पाहुण्यांची फार काळजी घेत होते.

मला कोपऱ्यात खेळण्यांच्या पसाऱ्यात डांबून ठेवलं होतं.

आलेल्या पाहुण्यांचं खाणं-पिणं, हसणंखिदळणं, चेष्टामस्करी, गप्पाटप्पा, बोलणंचालणं जोरात सुरू होतं. अधूनमधून ही अनोळखी माणसं माझ्याकडे बघून तोंड विचकून हसत. डोळे मोठे करत, भुवया उडवत चित्रविचित्र आवाज करत, तोंड वेंगाडून वाकुल्या पण दाखवत.

पण मी अजिबात हसले नाही!

मला त्या पाहुण्यांचा राग आला होता.

कारण, हे पाहुणे आल्यामुळेच आई-बाबा मला कोपऱ्यात ठेवून त्या पाहुण्यांच्या पुढे पुढे करत होते. मी जरा रागातच एक खेळण्यातली मोटार जमिनीवर आपटली.

त्याबरोबर एक मिशीवाले काका तोंडात पेढा कोंबत म्हणाले, ‘‘आमच्यावेळी इतकी चांगली खेळणी नव्हती. अन् ‘ही मुलं’ आता खेळण्यांची वाऽट लावतायेत! अरे रे रे रे!!’’

मी मानत म्हटलं, ‘सगळ्या मिशीवाल्या, दाढीवाल्या, बिनमिशीवाल्या आणि टकलू काकांना खेळायला खेळणी दिली तर बरं होईल. म्हणजे मला माझ्या

बाबांसोबत जरा मस्ती तरी करता येईल'

पण माझ्या हे मनातलं मनातच राहिलं.

डोक्यावर केसांचं घरटं बांधलेली, एक मावशी ओरडली, "चला ऽऽऽ, आता केप कापा केक. व्वा! छोटीला केक नक्की आवडेल हं! अहोऽ प्लीज टेक, चॉकलेट केक!"

सगळी मोठी माणसं आनंदाने ओरडली! अगदी माझ्यासारखी!

मीसुद्धा पाय झाडत आनंदाने चित्कार केला! पण माझ्याकडे कुणाचं लक्षच नव्हतं. सगळी मोठी माणसं केकची वाट पाहत होती.

बाबांनी खास मोठ्या दुकानातून चॉकलेट केक आणला होता. त्यावर रंगीबेरंगी फुलं होती. 'माझं नाव' पण लिहिलं होतं.

माझ्या उशीपेक्षा केक मोठा होता! माझ्या तोंडाला पाणी सुटलं! मी खुशीत येऊन पाय झाडू लागले. हाताच्या मुठी वळू लागले.

तोच, मांजराचं पिल्लू उचलावं तसं कुणीतरी मला उचललं. केकजवळ नेलं. मी चकित होऊन, डोळे विस्फारून केक पाहत होते; पण हे त्या माणसाला पाहवलं नाही. त्याने माझा हात बळेबळे धरला आणि त्याने मला काही कळण्याआगोदर आपणच केक कापला!

खरंतर मला हातानेच केक कुस्करायचा होता. बोटं चाटायची होती. चॉकलेटी फुलं खायची होती. बाबांना केक भरवायचा होता. केकवर ताव मारायचा होता.

पण... माझा पहिलाच वाढदिवस असल्यामुळे मोठी माणसं काही दगाफटका करतील याची कल्पना नव्हती.

त्या काकांनी नखभर केक माझ्या तोंडाला लावला. सगळ्यांनी टाळ्या वाजवून आरडाओरडा केला. लहान मुलं किंचाळत माझ्याभोवती नाचली. मोठी माणसं विचित्रपणे ओरडत माझा उजवा हात ओढू लागली.

या प्रकाराने मी दचकले! मी पण किंचाळले!

मोठ्या माणसांना आनंद झाला.

पुन्हा एकदा माझ्या हाताची ओढाताण सुरू झाली.

मी वैतागले, करवादले, हात झटकले.

पण मोठी माणसं आपला हट्ट सोडेनात.

इतक्यात, एका लहान मुलाने (लहान म्हणजे माझ्यापेक्षा मोठ्या आणि माणसांपेक्षा लहान) माझ्या दुखऱ्या हातात रंगीत कागदात गुंडाळलेला एक खोका दिला.

माझ्या चिमुकल्या हातात तो खोका कसा मावणार?

पण त्या लहान मुलाच्या प्रेमाखातर, तो खोका मी कसाबसा सांभाळला.

तऽऽऽर, मोठी 'शहाणी' माणसंसुद्धा त्या लहान मुलाची नक्कल करू लागली. सगळेच माझ्या हातात काहीबाही कोंबू लागले.

मला अस्सा राग आला. मी किंचाळत, हात-पाय झाडत अंग टाकायला सुरवात केली. त्याबरोबर एक मावशी म्हणाली, ''काय व्रात्य आहे गधडी! तिला आतल्या खोलीत ठेवा. म्हणजे आपल्याला...'' पुढचं बोलणं मला ऐकू आलं नाही. माझी रवानगी आतल्या खोलीत झाली. पण मला खात्री आहे, त्या सर्वांनी मिळून 'माझं नाव लिहिलेला' केक फस्त केला!आणि, संपूर्ण केकवर फक्त माझंच नाव

असूनसुद्धा मला मात्र नावापुरताच नखभर केक मिळाला! आणि हो, एक सांगायचं राहिलंच की,

माझा वाढदिवस दोन दिवस आगोदर झाला, म्हणून मी काही लवकर मोठी झाले नाही काही. मी मंगळवारीच मोठी झाले! कारण... मंगळवारी सकाळी, मी बाबांसोबत अंघोळ केली. बाबा मला मांडीवर घेऊन बसले. आईने तबकात निरांजन आणलं. मला ओवाळलं. माझं औक्षण केलं. बाबांनी आपल्या उबदार हातात माझे हात घेतले. आम्ही दोघांनी मिळून दिव्याला नमस्कार केला. आईचा चेहरा प्रेमाने, मायेने, कौतुकाने उजळला होता. आईच्या डोळ्यांत निरांजनाचा प्रकाश तेवत होता. मी 'हा वाढदिवस' कध्धी कध्धी विसरणार नाही!

# रंगीत घर

माझा ‘पहिला वाढदिवस’ दोनदा साजरा झाला. त्याची गोष्ट मी तुम्हाला मागच्यावेळी सांगितली होती.

संपूर्ण केकवर फक्त माझंच नाव असूनसुद्धा मला नावापुरताच केक मिळाला. आणि दुसऱ्या दिवशी माझी खेळणी ठेवायला मला केकचा अख्खा खोका मिळाला.

मला खूप भेटवस्तू मिळाल्या होत्या. सगळ्यांनी त्या वस्तू रंगीत कागदात, विचित्र खोक्यात, चकाकणाऱ्या कागदात बांधून आणल्या होत्या.

मला हे पाहून राग आला! त्यामुळे ‘भेट वस्तू’ मधील वस्तू ‘भेटत’ नसे. दिसत नसे. आत काय लपलंय ते कळत नसे.

दोन-तीन दिवसांनी संध्याकाळी मी खुशीत होते. आई-बाबा निवांत बसले होते. समोर मला मिळालेल्या भेटवस्तूंचा ढिगारा पडला होता.

मला भराभर चालता येत नव्हतं. मी रांगत, पडत, धडपडत बाबांजवळ पोहोचले. त्यांच्या मांडीवर चढत मी गुर्र गुर्र केलं. मांडीवर चापट्या मारल्या.

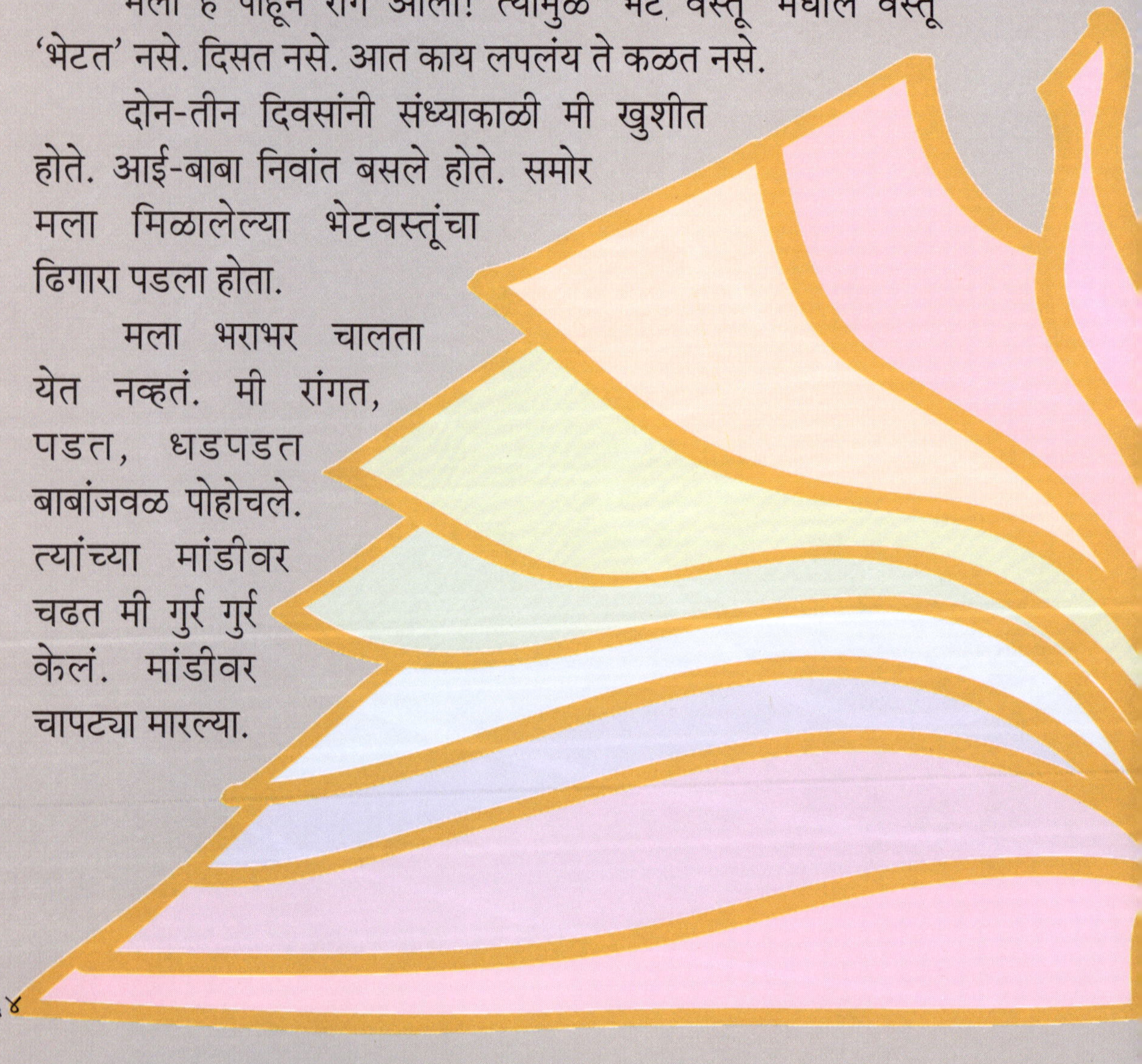

पण बाबांचं लक्षच नव्हतं. ते माझ्यापेक्षा त्या खेळण्यांकडेच कौतुकाने पाहत होते.

बाबांनी पहिली भेटवस्तू उघडली.

वाघोबाचं चित्र असलेलं ते रंगीत पुस्तक होतं! मला खूप खूप आनंद झाला!

तेवढ्यात बाबा म्हणाले, ‘‘हॅं! या बबडूला अजून धड बोलता येत नाही. ही काय वाचणार दग्गड! करायचं काय हे पुस्तक?’’

आई काही बोलणार, तोच तिला थांबवत बाबा पुढे म्हणाले, ‘‘पुढच्या महिन्यात सचिनचा वाढदिवस आहे. त्यालाच देऊया हे पुस्तक...’’

हे ऐकताच, मी बाबांच्या मांडीवरून त्या पुस्तकावरच झेप मारली.

पण बाबांनी शिताफीने एका हाताने मला सावरलं. दुसऱ्या हाताने ते पुस्तक उंच कॉटवर ठेवलं.

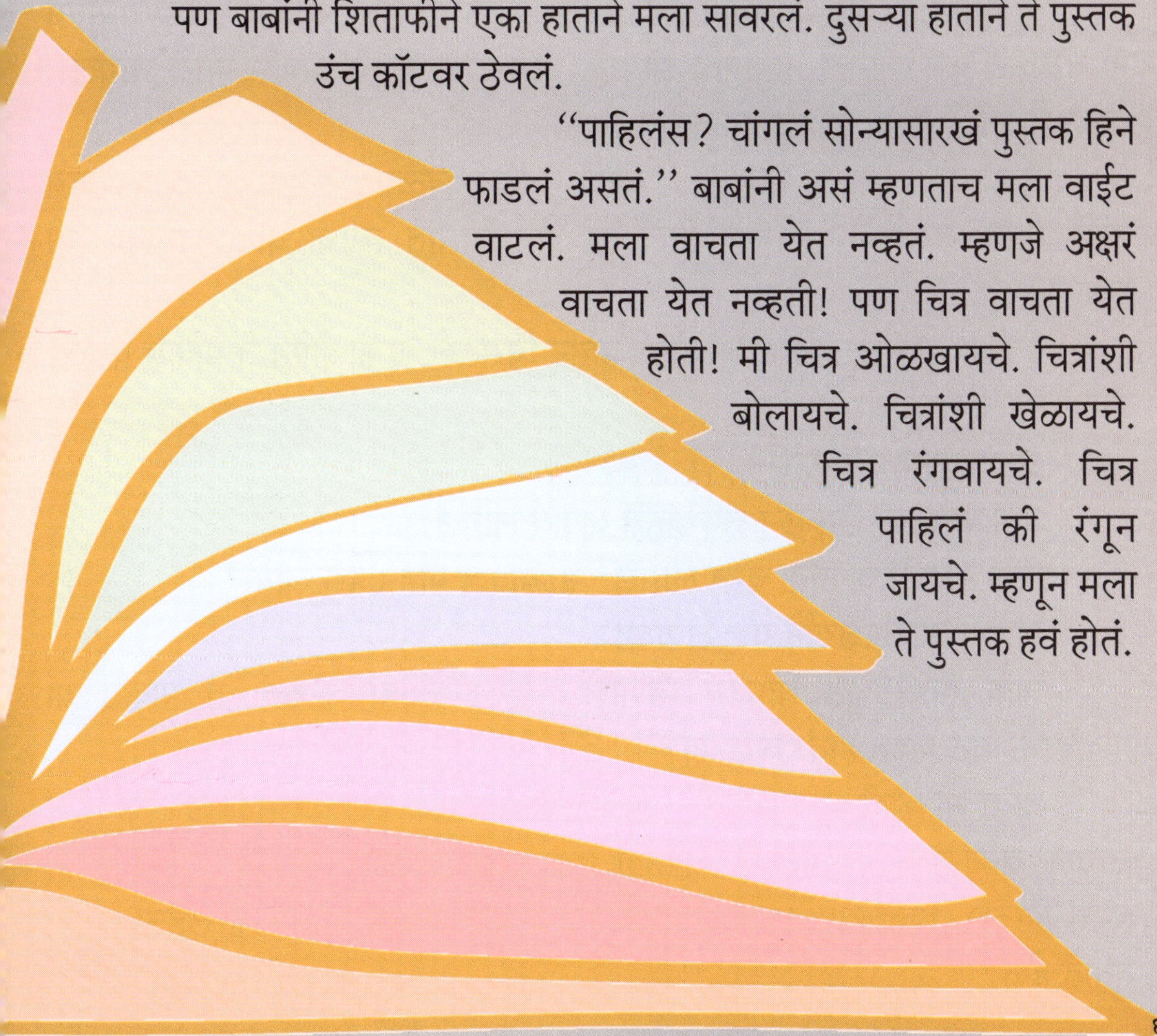

‘‘पाहिलंस? चांगलं सोन्यासारखं पुस्तक हिने फाडलं असतं.’’ बाबांनी असं म्हणताच मला वाईट वाटलं. मला वाचता येत नव्हतं. म्हणजे अक्षरं वाचता येत नव्हती! पण चित्र वाचता येत होती! मी चित्र ओळखायचे. चित्रांशी बोलायचे. चित्रांशी खेळायचे. चित्र रंगवायचे. चित्र पाहिलं की रंगून जायचे. म्हणून मला ते पुस्तक हवं होतं.

पण मला बोलता येत नव्हतं. म्हणून हे सगळं मनातच राहिलं.

बाबांनी दुसरी भेटवस्तू उघडली.

किल्ली दिल्यावर छन् छन् झांजा वाजवत चालणारं ते माकड होतं. बाबांनी किल्ली देताच छनछनाट करत ते चालू लागलं. आणि एकदम थांबलं. थांबलं म्हणजे, माकड चालत होतं, पण झांजा वाजवत नव्हतं.

बाबांनी किल्ली दोनतीनदा उलटीसुलटी फिरवली. माकडाला धपाटे घातले. त्याचा हात पिरगाळला. त्याला आडवं करून जमिनीवर आपटलं. टप्पल मारली. गुच्चा मारला; पण माकड बिचारं शांतच! ते काही झांजा वाजवेचना. बाबा बहुधा माकडावर रागावले असावेत.

बाबांनी मला डाव्या हातानी जाऽम पकडून ठेवलं होतं. माकड पकडण्यासाठी मी वळवळ करू लागले. हातपाय झाडले, अंग टाकलं. तर बाबांनी मला चांगलंच धरून ठेवलं. तरीपण मी धडपड करीतच होते.

तेव्हा बाबा आईला म्हणाले, ''किती ग हिची चळवळ? एक क्षण शांत राहत नाही. हिला जर नवीन खेळणं दिलं तर दोन तासांत त्याची वाट लागेल... ही म्हणजे...''

इतक्यात शिताफीने मी बाबांच्या हातून निसटले. एका झेपेत ते माकड घेतलं! प्रेमाने त्याला गच्च धरलं.

आणि काय चमत्कार!

ते माकड छन् छन् छन् छन् झांजा वाजवू लागलं.

टिक टॉक टिक टॉक चालू लागलं. माझ्याकडे पाहून हसू लागलं.

आई-बाबा आश्चर्याने पाहू लागले!

बाबा माझी पाठ थोपटत म्हणाले, ''हंऽऽ आत्ता कळलं. ते माकड या माकडाची वाट पाहत होतं! काऽऽय?''

यावर मी काही बोलले नाही; पण माकड बाबांकडे पाठ करून टिक टॉक चालू लागलं. बाबांनी कागद फाडून आणखी एक वस्तू उघडली. तो एक खोका होता. त्यात हिरव्या, पिवळ्या, लाल, निळ्या रंगाचे वेगवेगळ्या आकाराचे लहान लहान तुकडे होते.

त्या खोक्यावर घर, शाळा, मोटार, सायकल, विमान, घसरगुंडी असली चित्रं होती. लहान रंगीत तुकडे बघितले की, ते हातात घेऊन फेकावेत, उंच उडवावेत, तोंडात घालावेत, दोन्ही हातांनी उधळावेत यात मला मजा वाटे. मी हाच विचार करत खोक्याकडे सरकू लागले. मान उंचावून हात लांब केला.

पण माझा डाव बाबांनी उधळून लावला!

मला आईच्या ताब्यात दिलं. म्हणाले ''हिला जरा आवर.''

आणि स्वत: खोक्यावरचं चित्र बघत तुकडे तुकडे जोडून घर बनवू लागले! खेळात रमले. आईने मला जवळ घेतलं. माझे केस नीट केले. माझ्या पाठीवरून हात फिरवला. माझा पापा घेतला.

आणि,

चकचकीत कागदात गुंडाळलेली एक भेटवस्तू माझ्याच हातात दिली!

मला कित्ती कित्ती आनंद झाला म्हणून सांगू !

मी आनंदाने फुर्र फुर्र करून थुंकी उडवली. आईकडे पाहून गुरगुर केली. कागद फाडायला सुरवात केली.

आणखीन एक चमत्कार!

त्या खोक्यातसुद्धा तोच खेळ होता. रंगीत तुकड्यांचा.

मी खूशम् खूश झाले.

मी ते रंगीत तुकडे घरभर उधळले. तोंडात घालून बघितले आणि भिरकावून दिले. उंच उंच उडवले, फेकले, झेलले.

बाबांचं रंगीत तुकड्यांचं घर काही तयार होत नव्हतं.

मग बाबांनीसुद्धा चक्क माझ्यासारखंच केलं.

बाबा हसत म्हणाले, ''रंगीत तुकड्यांचं घर करण्यापेक्षा घरभर रंगीत तुकडे कित्ती छान दिसतात!''

मला मस्ती करायला जोर आला.

कारण माकडानेसुद्धा झांजांचा छनछनाट केला!